கடவுளும் குழந்தையும்

ரெட்ரமேஷ்

படி வெளியீடு

படி வெளியீடு

எண்: 9, பிளாட் எண்: 1080A, ரோஹிணி பிளாட்ஸ்
முனுசாமி சாலை, கே.கே.நகர் மேற்கு,
சென்னை - 600 078. பேச: 99404 46650

வெளியீட்டு எண்: 0320

கடவுளும் குழந்தையும் (கவிதை),

ஆசிரியர்: **ரெட்ரமேஷ்**©

Kadavulum Kuzunthaiyum (Poem),

Author: **RedRamesh**©

Print in India

ISBN: 978-81-19541-30-0

1st Edition: Feb - 2024

Pages - 128

Rs -150

Publisher • Sales Rights

Padi Veliyeedu
(A Division Of Discovery Publications)
No: 9, Plot:1080A, Rohini Flats,
Munusamy Salai,
K.K.Nagar West, Chennai - 78.
Tamilnadu, India.
Mobile: +91 99404 46650

Discovery Book Palace (P) Ltd
No:1055-B, Munusamy Salai,
K.K.Nagar West,
Chennai - 600 078.
Tamilnadu, India.
Ph: (044) 4855 7525
Mobile: +91 87545 07070

discoverybookpalace@gmail.com
WWW.DISCOVERYBOOKPALACE.COM

இந்த நூலில் பிரசுரமாகியுள்ள எந்த ஒரு பகுதியையும் பதிப்பாளரின் எழுத்துபூர்வமான முன்அனுமதி பெறாமல் எடுத்தாள்வதோ, மறுபிரசுரம் செய்வதோ, மொழியாக்கம் செய்வதோ, அச்சு மற்றும் மின்னணு ஊடகங்களில் மறுபதிப்பு செய்வதோ, காப்புரிமைச் சட்டப்படி தடை செய்யப்பட்டுள்ளது. இந்த நூலிலிருந்து குறிப்பிட்ட பகுதிகளை மேற்கோள் காட்டி புத்தக விமர்சனம் செய்ய, ஊடகங்களுக்கு மட்டும் அனுமதி உண்டு.

உங்கள் மொபைல் போனிலிருந்து ஸ்கேன் செய்து டிஸ்கவரி புக் பேலஸின் மொபைல் ஆப்பை டவுன்லோடு செய்து, புத்தகங்களை வாங்குங்கள்.

நன்றிக்குரியவர்கள்..

திரு.சுகிசிவம்
திரு.அ.ஜமால் மொய்தீன்
திரு.முத்து
திரு.ஆர்.கே.வேல்ராஜ்
திரு.ப.உதயக்கண்ணன்
திரு.ஆப்பிள்பரத்
திரு.வேடியப்பன்
'குமுதம்' வாரஇதழ்

இந்நூல்..

என்னை வளர்த்தெடுத்த
கடவுள்களுக்கும்..
(திரு.கோதண்டராமன், திருமதி.செங்காளம்மாள்..)

எம் மண்ணில் (ரெட்ஹில்ஸ்)
பிறந்ததாக சொல்லப்படும்
கடவுள்களின்
(ஸ்ரீராமச்சந்திரமூர்த்தி, ஜானகிதேவி)
குழந்தைகளுக்கும்..
(லவன், குசன்)

அணிந்துரை:

“குழந்தையும் தெய்வமும் கொண்டாடும் இடத்தில்” என்பது பழமொழி. ஆழ்வாரதிகள் முதல் பாரதி வரை அனைவரும் கடவுளைக் குழந்தையாகவே கொண்டாடி மகிழ்ந்தார்கள். “கோவல் குட்டன்,” “வைகுந்தக் குட்டன்,” “கருஞ்சிறுக்கன்” என்று குட்டிக்கண்ணன் குழலூதிய அழகை, தேனில் குழைத்து திவ்வியப் பிரபந்தமாகத் தந்தார் பெரியாழ்வார்.

“தின்னப் பழம்கொண்டு தருவான் – பாதி

தின்கின்ற போதிலே தட்டிப் பறிப்பான்” என்று அந்த ஆயர்பாடி அரும்பன் செய்த குறும்பினைக் கொஞ்சு தமிழில் கொட்டிக் கொடுத்தார் பாரதி.

அவ்வகையில், ‘கடவுளும் குழந்தையும்’ என்ற இக்கவிதை நூலும் ‘கைக்கால் முளைத்த கவிதையாகிய’ குழந்தையும் ஒவ்வொரு நடமாட்டங் களையும் கடவுளுடன் இணைத்து இனிய விருந்தாய்த் தருகிறது.

கண்ணன் குழல்கொண்டு ஊதினால் பட்ட மரமும் துளிர்க்கும் என்பார்கள். ஆனால் கவிஞர் ரமேஷ்,

“குழந்தை தொட்ட பட்ட மரத்தில் துளிர்க்கிறார் கடவுள்” என்கிறார். இப்படித் துளிர்க்கும் கடவுள் ஓரிடத்தில் வாடுகிறாராம். அது எங்கென்றால்

“வாடிய குழந்தையைக் கண்டபோதெல்லாம் வாடினார்

கடவுள்” என்கிற போது வள்ளலாரின் “வாடிய பயிரைக் கண்டபோதெல்லாம் வாடினேன்” என்ற வரி நினைவுக்கு வருகிறது.

ஒரு கடவுளைக் கோயிலுக்குள் நிலைநிறுத்த ஓராயிரம் சடங்குகள் செய்ய வேண்டும். ஆனால், குழந்தைக்கு மட்டும் விதிவிலக்கு என்பதைப் பின்வரும் கவிதையில் விளக்குகிறார் கவிஞர்.

"நல்லநாள் பார்த்து
குடியேறுகிறார் கடவுள்
குழந்தை கட்டிய
மணல் வீட்டுக்குள்" அந்த மணல் வீடும்கூட அழியாம இருக்க வேண்டுமென்று கடவுள் குடைப்பிடிக்கிறாராம். அதை
"மழை பெய்தும்
குடை பிடித்தார்
கடவுள்
குழந்தை கட்டிய மணல்வீடு நனையாமலிருக்க" என்று கவிஞர் ரமேஷ் எழுதும் போது, "குன்று குனிலாய் எடுத்தாய் குணம் போற்றி" என்று ஆண்டாள் அனுபவித்த கோவர்த்தன கிரி குடைக்கொடையின் நினைவு நெஞ்சில் நிழலாடுகிறது. கடவுள் எப்போதும் குழந்தையுடன் தான் இருக்கிறார். குழந்தையின் செயல்களைத் தன் செயல்களாகவே கருதுகிறார். ஏன்? குழந்தையின் சிரிப்பைக்கூட தனதாக்கிக் கொள்கிறார். அதை

"குழந்தை சிரிக்கும் போதெல்லாம்
குழி விழுகிறது
கடவுளின் கன்னத்தில்" என்கிறபோது எதிர்பாரா முரண் மூலம் மனத்தில் ஒரு மின்னல் வெட்டுகிறது. குழந்தையின் மூலமாகத்தான் அந்த மூலப்பரம்பொருள் தன் முடிவுகளைக்கூட அறிவிக்கிறாராம் விருப்பு வெறுப்பற்ற குழந்தை மனமே கடவுளின் சந்நிதானம். இதை

"குழந்தை எடுக்கும்
சீட்டின் மூலமே
தன் முடிவை அறிவிக்கிறார்
கடவுள்" என்கிறார் ரமேஷ். இவ்வாறு நூல் முழுவதும் குழந்தையையும் கடவுளையும் கச்சிதமாகப் படம்பிடித்துக் காட்டி, நூலைப் படிக்கும் போதே அரும்புகளின் குறும்புகளை நேரில் பார்த்ததை போல் ஒளிப்படம் ஒன்றை ஓட்டிக்காட்டுகிறார் கவிஞர் ரமேஷ். இதுமட்டுமா?

"திருமணத்தில் மணமக்கள்
குழந்தையுடன் எடுத்துக்கொண்ட
புகைப்படத்தில் தெரிகிறது
கடவுளின் ஆசிர்வாதங்கள்"

என்று திருமணக் குழுப்படத்தில் கூட குழந்தையுன் மூலம் கடவுளைக் காட்டும் கவிதை அருமை.

இக்கவிதை நூல் கடவுளையும் குழந்தையும் கொண்டாடவில்லை. மாறாக, கடவுளே குழந்தையைக் கொண்டாடும் குதூகலத்தைக் காட்டுகிரது. கவிஞர் ரெட் ரமேஷ் அவர்களின் இந்தப் படைப்பிற்கு பச்சைக்கொடி காட்டிப் பாராட்டி மகிழ்கிறேன்.

இது ஒரு புதுவகை முயற்சி – கவிதையுலகில் ஒரு சுகப்பிரசவம் கவிஞரின் எழுத்துப்பணி சிறக்க இனிய வாழ்த்துக்கள்

சுகி சிவம்

02.09.2023

அன்புடன்

சுகி சிவம்

கடவுளான குழந்தைக்கு..

வணக்கம்..!

நான் செய்தியாளனாக பல்வேறு தகவல்களை தினமும் எழுதினாலும், 'கடவுளும்,குழந்தையும்..' என்ற இந்த கவிதை தொகுப்பை தாங்கிய புத்தகம் மூலம் எனது நண்பரும்,நூல் ஆசிரியருமான ரெட்ரமேஷ் என்னை முதன்முதலாக அணிந்துரை எழுத வைத்திருக்கிறார்..இந்த எனது முதல் அனுபவத்திற்காக அவருக்கு எனது நெஞ்சார்ந்த நன்றிகளை தெரிவித்துக் கொள்கிறேன்..!

அவர் நல்ல படைப்பாளி என்பதைக்காட்டிலும் சிறந்த ரசிகன் என்பதே பொருத்தம்.ஆமாம்..நல்ல ரசிகனால் மட்டுமே சிறந்தப் படைப்புகளை உருவாக்க முடியும்..! அந்த வகையில் உங்கள் பார்வையில் தவழும் "கடவுளும்,குழந்தையும்" தொகுப்பு அன்பு,அழகு,அதிசயம்,ஆன்மீகம்,ஆகிய வற்றை உங்கள் விருப்பம்போல் அள்ளி வழங்கும்..!

தேனில் எந்தத் துளி சுவை என்று கேள்வி எழுப்பினால் பதிலளிக்க முடியாதது போல இந்தத் தொகுப்பில் பதிவாகியுள்ள அனைத்துக் கவிதைகளும் அழகானவையாக உள்ளன.

"குழந்தை
சிரிக்கும் போதெல்லாம்
குழி விழுகிறது
கடவுளின் கன்னத்தில்.."

இந்தக் கவிதையில் ஒட்டுமொத்த அழகியலும் வெட்கப்படுகிறது..

"கடவுளுக்கும்
குழந்தைக்கும்
'செல்பேசி' ஆகிறது
நந்தியின் காதுகள்.."

இதில் ஆன்மீகமும்,நவீனமும் சிலிர்க்க வைக்கிறது..
அடுத்து.

"ஓசையாய் பிறக்கிறார்
கடவுள்
கோயிலில் குழந்தை
மணியடிக்கும்
போதெல்லாம்.."
இதில் வரம் தவமின்றி கிடைக்கிறது..

"வாய்க்கு ருசியாய்
சாப்பிடும் ஆசையில்
காத்திருக்கிறார் கடவுள்
குழந்தைகள் செய்யும்
கூட்டாஞ்சோறு.."
பசியும் ருசியாகிறது இந்தக் கவிதையில்..

"கண்ணாடியில்
தெரிகிறார் கடவுள்
குழந்தை
முகம் பார்க்கும்
போதெல்லாம்.."

இதில் தூணில், துரும்பில் மட்டுமல்ல, குழந்தையின் பார்வையிலும் கடவுள் வாழ்கிறார் என்பதை, குழந்தைகளின் கன்னத்தில் அதன் தாய் 'திருஷ்டி' பொட்டு வைப்பது போல் அழகாக பதிவு செய்திருக்கிறார் ஆசிரியர்.

இந்தக் கவிதை தொகுப்பை ஒன்றுக்கு இரண்டுமுறை பொதுத் தேர்வுக்கு படிப்பது போல், கவனமாக படித்து, எனது அணிந்துரையை கனிந்துரையாக்கி உள்ளேன்..

இந்தக் 'கடவுளும், குழந்தையும்..' உங்களையும் கனவு காண வைக்கும் நாம் பார்ப்பது கடவுளா..குழந்தையா..என்று..!

அன்புடன்
அ.ஜமால் மொய்தீன்,
செய்தியாளர்,
தினமலர்,சென்னை

என்னுரை..

குழந்தை உள்ளம் கொண்ட கடவுளையும்,
கடவுள் மனசு கொண்ட குழந்தையையும்
கலந்து,குழைத்து செய்திருக்கிறேன் இக் கவிதைகளை..

ஆன்மிகம் தொடாமல் அன்பால் எழுதியிருக்கும் இக்
"கடவுளும்,குழந்தையும்.." தொகுப்பு
நிச்சயம் உங்களை பரவசப்படுத்தும் என்ற உறுதியான நம்பிக்கையுடன்...

என்றும் ப்ரியமுடன்
ரெட்ரமேஷ்
9444275505
9445874505 (whats app)
redramesh2009@gmail.com

குழந்தை
சிரிக்கும் போதெல்லாம்
குழி விழுகிறது
கடவுளின்
கன்னத்தில்..

இன்று குழந்தைக்கு காதணி விழா வலி தாங்குவாரா கடவுள்..

மழை பெய்ததும்
குடைபிடித்தார் கடவுள்
குழந்தை கட்டிய
மணல் வீடுமீது..

கோயிலுக்குள்
நுழைகிறது குழந்தை
கடவுள்
காண..

கடவுளைப் பார்க்க
ஆசைப்பட்டது
மழை

மழையில் நனைய
வெளியே வந்தது
குழந்தை..

கோயிலில் பக்தர்களுக்கு பிரசாதம் தருகிறது குழந்தை.. வாங்கி சாப்பிட வரிசையில் நிற்கிறார் கடவுள்.

ஏழை அம்மாவிற்கு
புதுப் புடவைக்கு
வழி செய்கிறார்
கடவுள்..
ஊஞ்சலாட
ஆசைப்படும்
குழந்தைக்காக..

பஞ்சு மிட்டாய்
விற்பவர் கண்களுக்கு
கடவுள் தெரிகிறார்
குழந்தைகளாக..

திருவிழாக் கூட்டம்
பார்க்க முடியாமல்
பரிதவிக்கும்
கடவுளின்
ஏக்கத்தைப் போக்கிட
அப்பாவின் தோளில்
ஏறி நிற்கிறது
குழந்தை..

கூட விளையாட
குழந்தை வரம்கேட்டு
கடவுளிடம்
வேண்டிக்
கொள்கின்றன
வீட்டில்
வாங்கி வைத்த
பொம்மைகள்..

ஐஸ்கிரிம் சாப்பிடுகிறது
குழந்தை..
சளி பிடிக்குமோ
என்ற
'கிலி' பிடிக்கிறது
கடவுளுக்கு..

பொறாமை கொள்கிறார்
கடவுள்..
எப்போதும்
குழந்தையுடன் இருக்கும்
பொம்மையைப் பார்த்து.

குழந்தையுடன்
இன்னும்
சிறிது நேரம்
விளையாட
ஆசைப்படுகிறார்
கடவுள்..
பிடிபடாமல்
ஆட்டம் காட்டுகிறது
வண்ணத்துப்பூச்சி.

குழந்தை எடுக்கும்
சீட்டின் மூலமே
தன் முடிவை
அறிவிக்கிறார்
கடவுள்..

மகிழ்ந்தே
தோற்கிறார் கடவுள்
குழந்தையுடன்
விளையாடும் போது..

குழந்தை
கிளி ஜோசியம்
பார்க்கிறது..
எடுக்கும் சீட்டில்
தன்படம் வர
நெல்மணிகளோடு
கிளியிடம் கெஞ்சுகிறார்கள்
அனைத்துக்
கடவுள்களும்..

சாப்பிட
அடம் பிடிக்கிறது
குழந்தை
கடவுளின்..
'பூச்சாண்டி' அவதாரம்
பார்க்கும் ஆசையில்.

அம்மா பாடிய
தாலாட்டை
ஞாபகம் வைத்து
மழலையில் பாடுகிறது
குழந்தை..

அமுதம்
பருகுவதை நிறுத்தி
'அமுதகானம்'
பருகுகிறார்
கடவுள்..

முதன்முதலாக
காலண்டர் கிழிக்கிறது
குழந்தை..

பல மாதங்களாக
காத்திருந்த
பலனை அடைகிறார்
அட்டைப்பட கடவுள்..

'தேனருவி'
பெயர் சூட்டினார்
கடவுள்
குழந்தை
குளித்துச் சென்ற
அருவிக்கு..

யோசித்து யோசித்து
கடவுள் பொம்மை
வாங்குகிறது குழந்தை..

யோசிக்காமல்
குழந்தை பொம்மை
வாங்குகிறார் கடவுள்.

வீட்டில்
வாங்கி வளர்க்கும்
கோழியிடம்
பாசம் காட்டுகிறது
குழந்தை..

குடும்பத்தையே
சைவத்திற்கு
மாற்றுகிறார்
கடவுள்..

நதியில்
குளிக்கிறது குழந்தை
புண்ணிய நதிகள்
எண்ணிக்கையில்
ஒன்றைக் கூட்டுகிறார்
கடவுள்..

பெட்டி
படுக்கையுடன்
குடியேறுகிறார் கடவுள்
அரிசியில்
'அ' எழுதிய
குழந்தை நாவில்..

தன்
புதுப் பெயரை
அறிந்து கொள்ளும்
ஆவலில்
கலந்து கொள்கிறார்
கடவுள்
குழந்தையின்
பெயர்சூட்டும்
விழாவில்..

வாடிய
குழந்தையை
கண்ட போதெல்லாம்
வாடினார் கடவுள்..

காற்றாக
நுழைகிறார்
கடவுள்
குழந்தை
ஊதும்
பலூனுக்குள்..

குழந்தைகள்
பாட்டுப் போட்டி
எவ்வளவு
வற்புறுத்தியும்
நடுவராக
அமர மறுக்கிறார்
கடவுள்..

குழந்தையின்
காதருகே
ரீங்காரமிட்டுச்
செல்கிறது வண்டு..
கடவுள்
கூறியனுப்பிய
ரகசியத்தை சொல்லி..

குழந்தையை
அறிமுகப் படுத்துகிறார்
கடவுள்..
'யார் அழகு..?'
பூக்களிடையே ஏற்பட்ட
கடும் போட்டியை
முடிவிற்கு
கொண்டுவர..

அம்மாவின்
பிறந்த நாளுக்கு
பரிசு தர
விரும்புகிறது குழந்தை
உண்டியலில்
சிறுக,சிறுக
காசு சேர்க்கிறார்
கடவுள்..

வீட்டுப் பாடம்
செய்யும்
குழந்தைக்காக
விரல் விட்டு
கூட்டி,
கழித்துக்
கொண்டிருக்கிறார்
கடவுள்..

குழந்தை
புல் வைக்கும்
பசுவின் மடியில்
படி பாலை
அதிகமாக
சுரக்க வைக்கிறார்
கடவுள்..

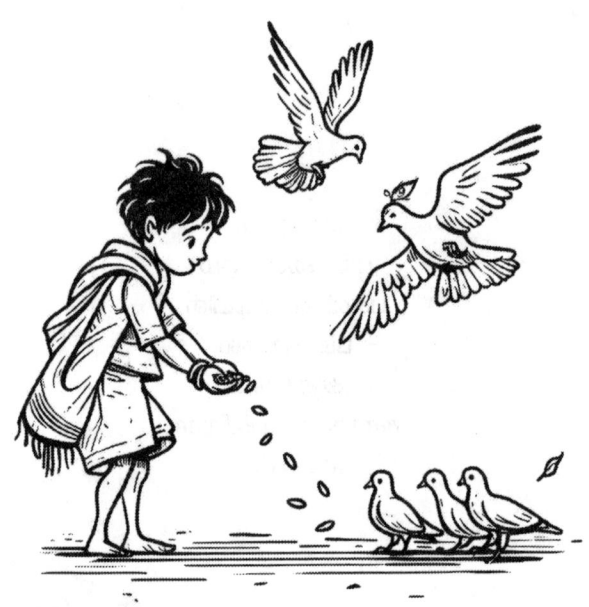

கொத்தித் தின்கிறார்
கடவுளும்
புறாக்களுக்கு
குழந்தை வைத்த
தாணியத்தை..

ஆனந்தமாக
சவாரி செய்கிறார்
கடவுள்
தேங்கிய நீரில்
குழந்தை
செய்து விட்ட
காகிதக் படகில்..

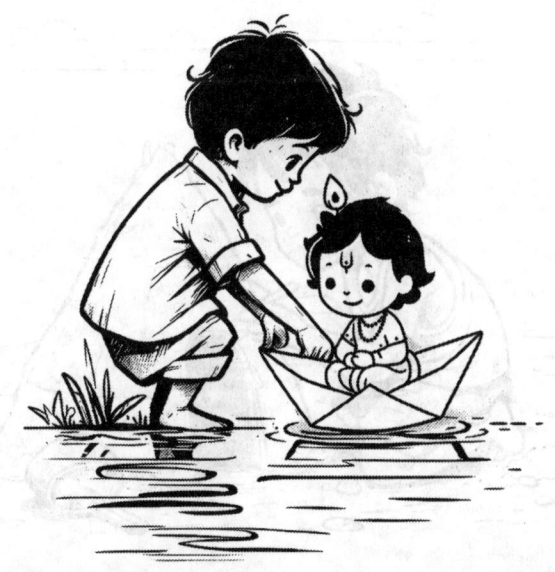

நல்ல நாள்
பார்க்கிறார்
கடவுள்
குழந்தை கட்டிய
மணல்வீட்டுக்குள்
குடியேற..

கண்ணாடியில்
தெரிகிறார்
கடவுள்
குழந்தை
முகம் பார்க்கும்
போதெல்லாம்..

பேருந்தில்
பயணிக்கிறார் கடவுள்
குழந்தை உட்கார
இடம் கொடுத்தவர்
இதயத்தில் அமர்ந்து..

நாடோடிப் பெற்றோரின்
வயிற்றுப் பிழைப்புக்காக
கம்பிமேல் நிற்கிறது
குழந்தை
பயத்தின்மேல் நிற்கிறார்
கடவுள்..

கிளிப் பேச்சு
இரண்டாம்பட்சம் எனக்
கருதுகிறார்
மழலைப்பேச்சு கேட்ட
கடவுள்..

ஒரே கட்டிலில்
அருகருகே
தூங்குகிறார்கள்
கடவுளும், குழந்தையும்
விடிய,விடிய
கனவில் பேசிக்கொண்டு..

குழந்தைகள் பற்றி
கவிதைகள்
எழுதத் துவங்கினார்
கவிஞர்.
அவர் பாவங்களை
போக்கினார்
கடவுள்..

தாயம் விளையாடும் குழந்தைக்கு (ஆ)தாயமாகவே விழுகிறார் கடவுள்..

பள்ளி நாடகத்தில்
குசேலன் வேடம்
குழந்தைக்கு..
அவல் தின்னும்
ஆசை பிறக்கிறது
கடவுளுக்கு.

அப்பாவின் முதுகில்
யானை சவாரி
செய்கிறது குழந்தை
பாகனாகும்
ஆசை துளிர்க்கிறது
கடவுளுக்கு..

கோயிலில் குழந்தை
தனக்கு வேண்டியதை
கேட்டு
வேண்டிக் கொள்ள..
வேண்டிக் கொள்கிறது
கடவுளின் மனசு.

57 | ரெட்ரமேஷ்

ஆயிரங்கால்
மண்டபத்தில்
குழந்தை..
அனைத்து
தூண்களிலும்
கடவுள்..

நிற்காமல்
சுற்றுகிறார்
கடவுள்
குழந்தை விட்ட
பம்பரமாக.

விளையாட்டாய்
தன் வீட்டு
'காலிங்பெல்'
அடிக்கிறது
குழந்தை..
'சொர்க்க வாசல்'
திறந்து
எட்டிப் பார்க்கிறார்
கடவுள்..

குழந்தை
தன் பெயரை
உரக்கச் சொல்லும்
தனியறையில்
எதிரொலியாய்
கடவுள்..

திருமணத்தில்
மணமக்கள்
குழந்தையுடன்
எடுத்துக் கொண்ட
புகைப்படத்தில்
தெரிகிறது
கடவுளின்
ஆசீர்வாதங்கள்..

திருடிக் கொள்கிறது
குழந்தை
திருட வந்த
கடவுளை..

குழந்தை ஊதும்
மூச்சுக் காற்றில்
அனைந்து போக
உருகி உருகி
எரிந்து
கொண்டிருக்கிறார்
கடவுள்
பிறந்த நாள்
மெழுகுவர்த்தியாக..

உரலுக்கு
ஒருபக்கம் இடி
கடவுளுக்கு
இருபக்கமும் இடி
குழந்தைகளுக்குள்
சண்டை..

கடவுள்
கண் திறந்தார்
குழந்தை வரைந்த
ஓவியத்தில்..

சிதறிக் கிடக்கின்றன
கடவுளின்
முத்தங்கள்
குழந்தை வசிக்கும்
வீதியெங்கும்..

துளிர்க்கிறார்
கடவுள்
குழந்தை தொட்ட
பட்ட மரத்தில்..

கடவுளைத் தேடுகிறது
குழந்தை
'காக்காகடி' கடித்த
பாதியை
கையில்
வைத்துக்கொண்டு..

கவலையை
காததூரம்
விரட்டுகிறார்
கடவுள்
குழந்தையின்
சிரிப்பைக் கொண்டு..

பொம்மைக்குள்
ஒளிந்து கொள்கிறார்
கடவுள்
குழந்தையுடன்
விளையாட..

வெண்ணெய்
திருடுகிறார்
கடவுள்
குழந்தையின்
வாயோரம்..

அடிக்கடி
விருந்தினராக
விஜயம் செய்கிறார்
கடவுள்
குழந்தை இருக்கும்
வீட்டிற்கு..

என்ன வரம் கேட்பது யோசிக்கிறார் குழந்தை முன் தோன்றிய கடவுள்..

அடைபட்டுக் கொள்ள
ஆசைப்படுகிறார்
கடவுள்
குழந்தை போடும்
கோலத்துக்குள்
புள்ளியாக..

காத்திருக்கிறார்
கடவுள்
கனவில் சந்திப்பதாக
கூறிச்சென்ற
குழந்தை
தூங்குவதற்காக..

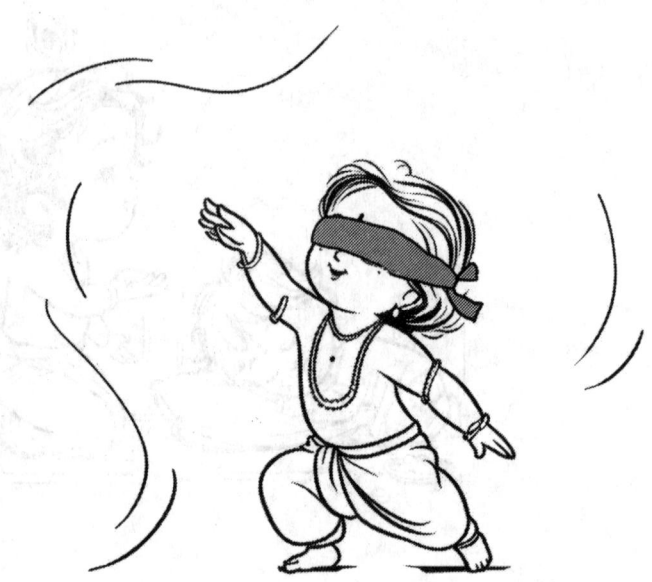

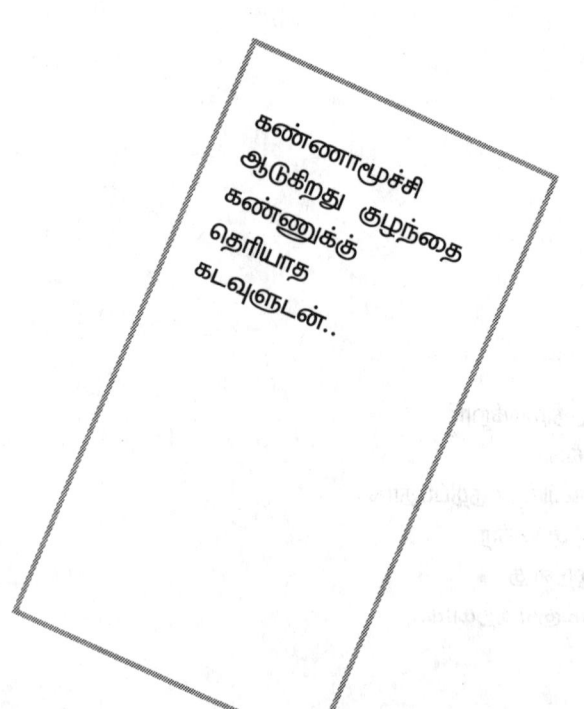

கண்ணாமூச்சி
ஆடுகிறது குழந்தை
கண்ணுக்குத்
தெரியாத
கடவுளுடன்..

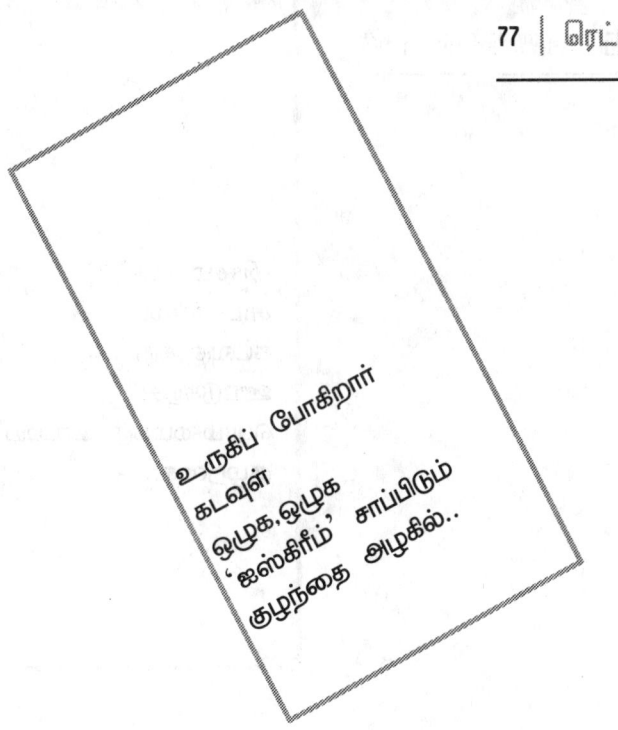

உருகிப் போகிறார்
கடவுள்
ஒழுக ஒழுக
'ஐஸ்கிரீம்' சாப்பிடும்
குழந்தை அழகில்..

மிச்சம் மீதி
சாப்பாட்டை
கடவுளுக்கு
ஊட்டுகிறது
பொம்மைக்கு ஊட்டிய
குழந்தை..

தூக்கத்தில்
சிரிக்கிறது குழந்தை
கடவுள் சொன்ன
'ஜோக்'கைக் கேட்டு..

'செல்ஃபி'
எடுத்துக் கொள்கிறார்
கடவுள்
குழந்தைக்கு
'குல்ஃபி'
வாங்கித் தந்து..

குழந்தைக்கு
முதல் பரீட்சை
சிறப்பாக எழுதிட
யாரை
வேண்டிக் கொள்வது
குழப்பத்தில் கடவுள்..

ஊருக்கு வந்திருக்கும்
குழந்தைகள்
ஊஞ்சலாட
வருவார்களென்று
விழுதாய்
தொங்கிக்
கொண்டிருக்கிறார்
கடவுள்
ஆத்தோர
ஆலமரத்தில்..

பூங்காவில்
குழந்தை
வீசும் காற்றில்
கடவுளின் வாசம்.

வாய்க்கு ருசியாய்
சாப்பிடும் ஆசையில்
காத்திருக்கிறார்
கடவுள்
குழந்தைகள் செய்யும்
கூட்டாஞ்சோற்றை
எதிர்பார்த்து..

கல்லெறிந்த
குழந்தையை காண
குளத்தில் பிறக்கிறார்
கடவுள்
நீர்க்குமுழியாய்..

காத்திருக்கும்
குழந்தையை காண
வீதிக்கே புறப்படுகிறார்
கடவுள்..
தேர்பவணி.

குழந்தையை
வலிக்காமல்
கிள்ளிவிடுகிறார்
கடவுள்
தொட்டில் ஆட்டும்
ஆசையில்..

கல்லாய்
கடவுள்
குழந்தை
அணிந்திருக்கும்
மோதிரத்தில்..

முடிவெடுக்க
முடியாமல்
திணருகிறார்
கடவுள்
குழந்தைவிடும்
காத்தாடிக்கு
வாலாவதா,
நூலாவதா..?

அடிபட்டு கிடக்கும்
தெருநாயிடம்
குழந்தை காட்டும்
இரக்கத்தில்
உயிர் வாழ்கிறார்
கடவுள்..

ரெட்ரமேஷ்

கடவுளாக
ஆசைப்படுகிறது
குழந்தை
குழந்தையாக
ஆசைப்படும்
கடவுளின் ஆசையை
நிறைவேற்ற..

நடை பயில்கிறது
குழந்தை
நடைவண்டியாக
மாறிய
கடவுளைப்
பிடித்துக் கொண்டு..

பூப்பந்து விளையாட
ஆசைப்படுகிறது
குழந்தை
பூமிப்பந்தோடு
விளையாடிக் கொண்டிருக்கும்
கடவுளுடன்..

கவிதையாகிறார்
கடவுள்
பள்ளியில்
மேடையேறிய
குழந்தையின்
நாவில்..

குழந்தையை மகிழ்விக்க
நாயாவதா
பூனையாவதா
மீனாவதா
புரியாமல்
தலையில்
கைவைத்துக் கொள்கிறார்
கடவுள்
குரங்காக நினைத்துச்
சிரிக்கிறது குழந்தை..

கொஞ்ச
விரட்டி, விரட்டி
ஓடிவருகிறது குழந்தை
பயந்து
தத்தித், தத்தி
தாவுகிறார்
பயமுறுத்த
'அண்டங்காக்கா'
அவதாரமெடுத்த
கடவுள்..

அம்மா
நிலவைக் காட்டி
சோறூட்டுவது போல
பொம்மைக்கு சோறூட்ட
வாசல் விரைகிறது
குழந்தை
வானில்
அமாவாசை நிலவாகிறார்
கடவுள்..

ஓசையாய் பிறக்கிறார்
கடவுள்
கோயிலில்
குழந்தை
மணி அடிக்கும்
போதெல்லாம்.

நாமக்கட்டி ஆக
ஆசைப்படுகிறார் கடவுள்
பண்டிகை நாளில்
குழந்தையின் பாதங்களாக
வீடு முழுக்க
பரவிக் கிடக்க..

அலங்கோலமாக
தன் கோலம்
ஆனாலும்
ஆனந்தமாக ரசிக்கிறார்
கடவுள்
வீட்டு வாசலில்
குழந்தை போட்ட
கோலம்..

கோயில்
மசூதி
சர்ச்
பாகுபாடு பார்க்காமல்
ஓடிப் பிடித்து
விளையாடிக் கொண்டிருக்கின்றனர்
கடவுளும் குழந்தையும்..

சும்மா கிடந்த
சங்கை
ஊதி பெரிதாக்குகிறார்
கடவுள்
குழந்தை கொடுத்த
பலூனை மாட்டி..

சுடராய் ஒளிர்கிறார்
கடவுள்
விளக்காய் பிரகாசிக்கும்
குந்தைக்குள்..

நெகிழ்ந்து,
குழைந்து,
கலந்து
வண்ணமாகிறார்
கடவுள்..
ஓவியம் வரைய
ஆசைப்படும்
குழந்தைக்காக..

நடிகனாகிறார்
கடவுள்
ஒளிந்து கொண்டிருக்கும்
குழந்தைகளை
கண்டுபிடிக்க முடியாமல்..

காசாக கிடக்கிறார்
கடவுள்..
'ஐஸ்கிரீம்' வாங்க
காசு போதாமல்
கடைவாசலில்
ஏக்கத்தோடு நிற்கும்
குழந்தையின் காலடியில்.

பிறக்கக்
காத்திருக்கிறார் கடவுள்
குழந்தை பேசும்
முதல் வார்த்தையாக..

கடவுள்
'என்னில் பாதி'
என்கிறது குழந்தை..
நான்
'முழுக் குழந்தை'
என்கிறார் கடவுள்..

கடற்கரையில்
கடவுளின்
கால் தடங்கள்
குழந்தையை
பின் தொடர்ந்து..

குழந்தையின்
பிறந்த நாள்
'கேக்' வெட்டி
கொண்டாடுகிறார்
கடவுள்
தன்
பிறந்தநாளாக..

பூமியில் ஒலிக்கிறார்
கடவுள்
பிறந்த குழந்தையின்
அழுகையாக..

கடவுளின்
ஒத்தையடிப் பாதையில்
வழிநெடுக பூத்திருக்கிறது
குழந்தையின்
முத்தங்கள்..

ரெட்ரமேஷ்

உயரம் தொட
உயர்த்திப் பிடிக்கிறார்
கடவுள்
குழந்தையை..

நமஸ்காரம் செய்கிறது
குழந்தை
ஸ்வீட்
காரம்
காபி
சாப்பிட்ட திருப்தியுடன்
கடவுள்..

அதிகாலை
கதவைத் திறந்த
குழந்தையை
ஆரத் தழுவுகிறார்
காத்திருந்த கடவுள்
சூரியக் கதிர்களாய்..

பொய் சொல்கிறது
குழந்தை
மெய்யாக்குகிறார்
கடவுள்..

குழந்தையை
சுற்றும் ஆசையை
நிறைவேற்றிக் கொள்கிறார்
கடவுள்..
தன்னை
பூமியாக்கிக் கொண்டு
குழந்தையை சூரியனாக்கி..

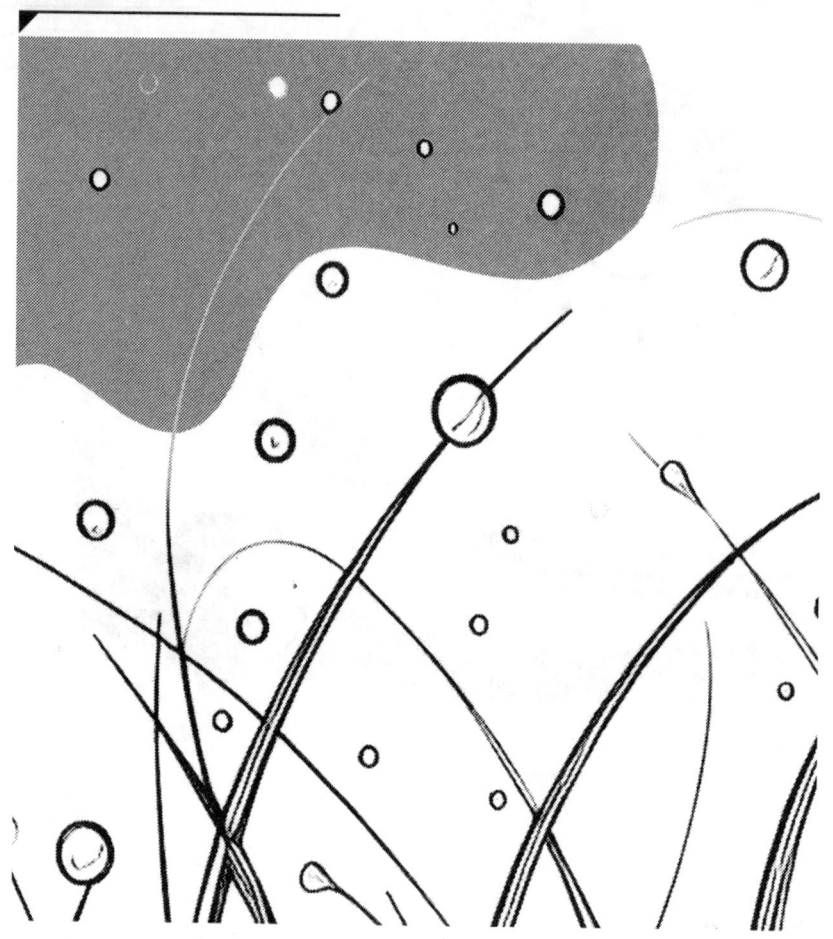

பனித்துளியாய்
குழந்தை
தாங்கும்
புல்நுனியாய்
கடவுள்..

கடவுளுக்கும்
குழந்தைக்கும்
'செல்பேசி' ஆகிறது
நந்தியின் காதுகள்..

கோயிலில்
பெற்றோர் வற்புறுத்தலில்
கன்னத்தில்
போட்டுக்கொண்ட
குழந்தையின்
கைத் தடங்கள்
கடவுளின் கன்னத்தில்..

கடவுள்களுக்குள்
போட்டி
குழந்தை
குளத்தில் இறைக்கும்
பொரியை
கொரித்துத் திங்க..

குழந்தை
அமர்ந்தாடும்
ஊஞ்சலை
ஏக்கத்தோடு
கடந்து செல்கிறது
கடவுளை
சுமந்து செல்லும்
தேர்..

அவ்வப்போது
கூடு விட்டு
கூடு பாய்கிறார்கள்
குழந்தைக்குள்
கடவுளும்,
கடவுளுக்குள்
குழந்தையும்..

'சிவப்புக் கம்பளம்' ஆக
ஆசைப்படுகிறார்
கடவுள்..
குழந்தை
நடக்கும் பாதையில்..

தனிமையில் யோசிக்கும்
குழந்தைக்குத் தோதாக
தாடையை தாங்கும்
சுட்டு விரலாகிறார்
கடவுள்..

"யார் செல்லம்..?"
கேட்கப்பட்ட கேள்விக்கு
எதிரே கைகாட்டுகிறார்கள்
எதிரெதிரே அமர்ந்திருக்கும்
கடவுளும் குழந்தையும்..

'குருதட்சணை' கேட்கிறது குழந்தை சந்தேகம் கேட்கும் கடவுளிடம்..

"குழந்தை"
ஒற்றை வார்த்தையில்
எழுதி முடித்தார்
கடவுள்
தன்
சுயசரிதையை..